तूझ्या आठवणींत जगताना...

TUZYA AATHVANINT JAGTANA...

मंगेश कांबळे

Copyright © Mangesh Kamble
All Rights Reserved.

ISBN 978-1-68554-111-8

This book has been published with all efforts taken to make the material error-free after the consent of the author. However, the author and the publisher do not assume and hereby disclaim any liability to any party for any loss, damage, or disruption caused by errors or omissions, whether such errors or omissions result from negligence, accident, or any other cause.

While every effort has been made to avoid any mistake or omission, this publication is being sold on the condition and understanding that neither the author nor the publishers or printers would be liable in any manner to any person by reason of any mistake or omission in this publication or for any action taken or omitted to be taken or advice rendered or accepted on the basis of this work. For any defect in printing or binding the publishers will be liable only to replace the defective copy by another copy of this work then available.

*मराठी साहित्य वाचकांना
समर्पित.........!*

प्रा.मंगेश नामदेव कांबळे"

अनुक्रमणिका

प्रस्तावना vii

1. तुझ्या आठवणिंत जगताना 1
2. तू गजल आहेस... 3
3. स्वप्नात येताना माझ्या, 5
4. व्याकुळ चातक. 7
5. आर्त हाक.... 10
6. मन. 14
7. गझल वेदनांची....! 25
8. जेव्हा ती आयुष्यात आली. 27
9. मनातील लॉकडाऊन.... 30
10. आँनलाइन प्रेम. 32
11. तू....एकदा येऊन जा. 36
12. परतीचा प्रवास 38
13. हा खेळ भावनांचा.....! 40
14. निस्वार्थ प्रेम.. 42
15. अंधार. 45
16. ही अशी का ? 47
17. “भावकी” 50
18. असे मुळीच नाही. 52
19. वाटणीपत्र 54
20. शब्द... 57
21. रात्र ... 59

• v •

अनुक्रमणिका

22. गीत सप्त-सुरांचे ...	61
23. मंदिर बनायला हवं......!	62
24. अनेकदा.....!	64
25. सावली............	66
26. प्रिये तू एकदा येऊन जा.....	69

प्रस्तावना

'तुझ्या आठवणीत जगताना 'हा माझा पहिला काव्यसंग्रह आहे.
माझ्यासाठी हा एक संग्रह नसून
माझ्या मनातील भाव - भावनांना व्यक्त होण्यासाठी मिळालेला
एक उत्तम मार्ग आहे.
यात माझ्या महाविद्यालयीन जीवनापासून ते एक प्राध्यापक
होण्यापर्यंतचा प्रवास असो
की तरुण वयात आवडलेली एखादी व्यक्ती....हा सर्व प्रवास
कवितांच्या च्या माध्यमातून
मी कागदावर कोठे तरी लिहीत गेलो.
आज, त्यात इतके काही दर्जेदार, वाचनीय असे काही साहित्य
निर्माण झाले आहे
की, ते तुम्हा वाचकांच्या समोर प्रस्तुत करण्याच्या मोह आवरला
नाही.आणि त्या मोहातून
' तुझ्या आठवणीत जगताना' काव्यसंग्रह या सुंदर अश्या
कलाकृती ची
निर्मिती झाली.
प्रा.मंगेश नामदेव कांबळे.

1. तुझ्या आठवणिंत जगताना

तुझ्या आठवणिंत जगताना,
जगणे विसरुन गेले.
अचेतन देहाला पाहुन,
मरणही दुरून गेले.

पल्लवित झालेल्या आशा,
ओसाड माळरान झाल्या.
आठवणिंतील आठवणी
मनातच राहुन गेल्या.

तुझे मधुर शब्द ऐकण्यास,
कर्ण तरसुन गेले.
तुला एक नजर पाहण्यास,
नयन बरसुन गेले.

तूझ्या आठवणीत जगताना...

शेवटी.......

थरथरत्या ओठावरचे सारे
शब्द निघुन गेले.
सहानुभुतीच्या नजरेने
जग मला बघुन गेले..

2. तू गजल आहेस...

तू गजल आहेस...

भेटलीस तू मला, आभासी जगात जेंव्हा,
आभासी जगातला तू पहिला भास आहेस.

भेटी गाठी झाल्या, दोन जीवांच्या जेंव्हा,
गाठ मनाशी बांधावी, इतकी तू खास आहेस.

थकून भुकेला होऊन, कासावलो मी जेंव्हा,
मायेने भरवणारा, तू प्रेमाचा घास आहेस.

दुरावा क्षणभराचा, होतो सहेनासा जेंव्हा,
तो प्रत्येक क्षण जागवणारी, तु आस आहेस.

तूझ्या आठवणीत जगताना...

अडखळतो उष्ण होतो, शीतल श्वास जेंव्हा,
त्या श्वासात दरवळणारा, तू कस्तुरी वास आहेस.

मी लिहितो वाचतो तुला, माझ्या शब्दात जेंव्हा,
त्या शब्दास लाभलेला, तू सहवास आहेस....

मनात साठलेले शब्द, भावना होतात जेंव्हा,
त्या भावनांना सामावणारे, तू आकाश आहेस.

मनातल्या शब्दांचे, होते मधुर काव्य जेंव्हा,
वाटते मला तू, माझी गजल आहेस...

3. स्वप्नात येताना माझ्या,

प्रिये....

स्वप्नात येताना माझ्या,
तू वेळ ठरवून येत जा.
झोपेच्या दार पडद्याआडून ,
मजला आवाज देत जा...

उशीर जरी झाला दार खोलताना,
त्याचे कारण तू

समजुन घेत जा.
राग जरी आला तुला रे माझा,
रागाचे घोट तुझे तूच पित जा.

प्रिये....

स्वप्नात आल्या नंतर मात्र,
तू स्वप्नातच रहात जा..
पण जास्त वेळ नको थांबू,
तू लवकरच जात जा....

घाई घाईने जाता जाता ,
माझे छोटेसे काम करत जा.
तू आत आल्यापासून ती बाहेर आहे,
तिला सांग आता तू आत जा.

आता तू आत जा.........

4. व्याकुळ चातक.

मी होतो, व्याकुळ चातक,
जगण्याची नव्हती आशा.
अवचित दाठले ढग प्रेमाचे,
बदलून गेल्या जीवन दिशा.

तुझी चाहूल लागली आणि,
मनास झाला सुखाचा स्पर्श.
सचेत झाल्या- अचेत भावना,
दुःखाचा ही झाला क्षणात हर्ष.

तू येणार म्हणून मी नटलो,
पुन्हा माझा मलाच भेटलो.
मोहरलो मी आठवणींने,
नव्या उमेदीने एकवटलो.

तू आली आभाळ पेटले,
तू बरसवल्या सुखाच्या सरी...
चिंब भिजलो प्रेमात तुझ्या,

तूझ्या आठवणींत जगताना...

तुला जपून ठेवलं मी उरी.....

मी,तहानलेला चातक..
तू पाजले प्रेमाचे पाणी.
त्या क्षणापासून प्रिये...
मी गातो तुझेच गाणी....

पहिलं पाऊस प्रेम माझे,
तू पहिल्या पावसाची सरी.
मनसोक्त भिजलो,जगलो,
मिटली विरहाची दरी...

तृप्त जरी झालो असलो,
तू अशीच पुन्हा येशील का?
क्षणिक साथ नको तुझी,
तू साथ कायम देशील का?

तो खरा चातक, आकाशीचा,
आयुष्य काढतो एका थेंबासाठी.
मी,अगदीच तसा नसलो तरी..

तुझे प्रेम सर्वकाही माझ्यासाठी...

कारण...तू शब्द आहेस माझे,
तूच माझी कथा कविता...
तूच प्रेमाचा अथांग सागर....
तूच मनात वाहणारी प्रेमसरिता....

5. आर्त हाक....

आर्त हाक....

हिमालयाला काठी बनवुन,
आकाश पादांकृत करणारे.
वादळाचाही मार्ग बदलुन,
दसदिशात मुक्त विहारणारे.
धावपळीच्या या जगतात,
पाल चुकचुकल्यागत पुटपूटणारे.
ते अखेरचे शब्द,
तो अखेरचा शब्दनिनाद.
निदान तुला तरी ,
ऐकु येतोय का??

तो एकटाच बसलाय,
क्षितिजापलिकडे.
सुर्य बसावा तसा,
ओझरत्या नजरेने,
मावळत्या जिवणाकडे पाहत.
थरथरत्या बोटावर,

तो मोजतोय,
प्रेमाखातर घालवलेल्या,
अनमोल जिवणाची किंमत.
हळुच तिरक्या नजरेने,
कटाक्ष टाकतोय .
कुष्टरोगागत नासलेल्या,
आपल्या सर्वांगावर..

तूझ्या आठवणींत जगताना...

तोंडाच्या चामडीवर
साठलेला घाम,
तळहातांच्या हाडांनी पूसत.
अर्धमिटलेल्या,
पापण्यांचा आधार घेत.
सारखा पाहतोय,
मिनमिनत्या दिव्याकडं...
त्याच्या ओठांची,
अविश्रांत हालचाल....
आता थांबलिय.
वाऱ्यासोबत,
मनमानेल त्या दिशेने,
हलतेय,
त्याची पिळकलेली मान.
सृष्टिवर अंधकार फैलतोय,
धिरगंभिर वातावरणात,
शेशटचा शब्दनिनाद,
गुंजतोय.

ऐकु येतोय ना तुला,
तुझ्या नावाचा
गजर ...

मंगेश कांबळे

आणि,

त्याच्या अखेरच्या
श्वासाची
आर्त हाक....sss

प्रिये........

6. मन.

प्रिये,
तू दिलेले घाव,
अन्
घावासव छिंन्न विछिंन्न
झालेले माझ्या मनाचे तुकडे
वेचण्यातच मी माझ्या,
जीवनाचा कालखंड
घालवला....
आज,
कुठे ते तुकडे पुन्हा
मनात साठवलेले.
पण.....

नियतीच्या मनात
डाव वेगळाच असावा.
तिने मला हिरावून नेले
कायमचे........

मी मात्र वेगळ्याच आनंदाने
निघालो तिच्यासोबत.
वाटलं होतं पुन्हा एकदा
आपली भेट होईल...
माझ्या अंत संस्काराच्या
निमित्ताने......

मला एका शुभ्र रथातून
(अंबुलन्स)
नेण्यात येत होत.
त्या रथाचा सारथी अगदी
बेभान होऊन
मला दूर नेत होता ...
तुझ्यापासून....
त्यात मात्र तू नव्हतीस..

मला ज्या ठिकाणी नेण्यात आले,
तो स्वर्ग असावा की नर्क
या दुविधेत असताना
शुभ्र वस्त्रातील मेणकेने (नर्स)
मला ते शव विच्छेदन कक्ष
असल्याचे सांगितलं.....

तेवढ्यात कोणीतरी आत आलं
नक्कीच तो यम असावा ...
त्याच्या हातात हातोडा आणि छन्नी....

तुला आठवतं तू जेंव्हा,
घरी भेटायला यायचीस
आणि दारावर तुझ्या
नाजूक बोटांनी....
टक टक असा आवाज
करायचीस...........

अगदी तसाच.....
अगदी तसाच आवाज येतोय
माझी कवटी फोडताना.

तुला आठवतं त्या बागेत
जेंव्हा आपण फिरायला
गेलो होतो.....
अग तीच बाग जिथे सगळे

मंगेश कांबळे

प्रेम करणारे एकत्र फिरतात...

हा ..त्या बागेत माझा शर्ट
एका काटेरी झुडपात
अडकून फाटला होता.
ज्याला तू तुझ्या मखमली
हातांनी टाके मारले होतीस....

अगदी तसेच उर्वशी आणि रंभाने
मला फाडून फाडून शिवले...
न जाणे काय शोधत होते.
माणूस पोटात काय ठेवतो का !

मी कसं तुला माझ्या सगळं
सांगून मोकळा होत होतो.
खरं तर माझ्या पोटात कधीच
काही लपवलं नाही मी..

यांनी आतला सारा पसारा
उलथून पालथून बघितला.
अगदी भुसा भरावा असे करून
ठेवलं आहे मला.....

तुला भेटायला येताना
पावडर क्रीम सुद्धा जपून
लावायचो...
यांनी मात्र मला भरभरुन
लावले आहे.

मी येतोय......!

मी तुझ्याकडे कडे येतोय.
माझ्या सारथ्याने
रथ पुन्हा तयार केला.

मला नवीन सुटा बुटात पाहून
चार चौघांनी मला
चक्क खांद्यावर घेतलय.

बघ माझ्या स्वागताची
किती जय्यत तयारी आहे.
मी जन्मलो तेंव्हा खूप रडलो असेल....
म्हणून आज माझ्यासाठी
सगळे रडत आहेत.
नको शोक करू तु.......
मी
आनंदाने जातोय.....

(तेवढ्याच कर्ण कर्कश आवाज करून रथ
थांबतो.पुढील सर्व एकेरी संवाद)

अरे सारथ्या हा रथ का थांबला?

अरे तू आलीस....
परत माझ्या जीवना...... त

तुझ्या आठवणींत जगताना...

अरे हो विसरलो
तू कशी येणार.....

मला तुला असं सोडुन जायचं
नव्हतचं पण...

नियती पुढे आपले काही चालते का...!

जाऊ दे...

खरं तर मला तुला काहीच
देता आले नाही...

पण....
ही शेवटची भेट..
नीट सांभाळून ठेव..
माझं मन आहे...
तू तोडलेले...ज्याला
मी पुन्हा जोडलं आहे ...

मंगेश कांबळे

बापरे.....
किती जपावं लागले याला.
त्या यमापासून.

छातीच्या पिंजऱ्याआड
हृदयाच्या अथांग सागराच्या
तळाशी....
तुझ्या आठवणींचे छोटेसे
घर बांधून....
आपल्या मधुर नात्यांच्या
तिजोरीत दडवून
ठेवलं होतं मी याला....
आता तरी सांभाळून ठेव...

चल...! खूप वेळ झाला,
सगळे ताटखळून उभे आहेत

आता जातो मी.....

काय....म्हणालीस..
जातो बोलायचं नसतं.
बरं येतो मी..!

आपण एकत्र यायचं स्वप्न
असं पूर्ण होईल असं
कधीच वाटल नव्हतं.

बघ माझ्या नातलगांनी शेज
तयार केला माझ्यासाठी.
लग्नाचा केला असता तर.....

काय गादी टोचतेय......
मला कसे काय टोचनार...
वेडी...

मंगेश कांबळे

शांत दिव्यांनी अचानक
थोडं जास्त वेळ तेवावे
आणि थोडा जास्त प्रकाश द्यावा
अगदी तसेच शांत पेट घेतेय ही
माझी मुलायम शेज....

धूर थोडं जास्तच आहे..
पण माझ्या डोळ्यात नाही जात,
ना माझा श्वास गुदमरतोय,
चिंता नको करू
भाजत नाही मला...

धासळरणाऱ्या लाकडांच्या
आधाराने माझे हात हलतात
असे नको समजू.....
मी टाटा करतोय तुला....
घाबरलीस.......

चल निरोप घेऊ आता,
येतो मी....
काय?
तू उद्या येणार....
दूध घेऊन....
दूध नको चहा आन...
विसरलीस का माझ्या आवडी..

चल येतो मी..
पण ते सांभाळून ठेव..
मन आहे माझं....
मन.....!

7. गझल वेदनांची....!

गझल वेदनांची....!

गझल वेदनांची पेटली मनात माझ्या ।
मनाच्या आसमंतात पाहिला धुर नाही ॥

ताणलेल्या हाड-नसांची सतार वाद्य झाली ।
थरथरना-या ओठांनी लाविला सुर नाही ॥

वार दुधारी शब्दांचे कैक झाले काळजावर ।
गोठावलेल्या रक्ताचा मी वाहिला पुर नाही ॥

जेणे जाणे मंद झाले श्वासाचे श्वासासोबत ।
प्रतिक्षेत कुणाच्या जीव राहिला आतुर नाही ॥

प्रवास थांबला जरी जीवन मरणाचा इथे ।
पुढच्या प्रवासास नेनारा काफिला दुर नाही ॥

8. जेव्हा ती आयुष्यात आली.

न टिक टिक वाजली,
न धडधड वाढली.
इवल्याश्या पावलांनी,
"ती" अलगद आली.

"ती" तुमच्या माझ्यातलीच,
आनंदात हसणारी.
अगदी आपल्या सारखी,
नाकावर राग ठेवनारी..
चिढणारी चिढवणारी,
रडणारी रडवणारी.

मुलींमधलीच एक,

तूझ्या आठवणींत जगताना...

फुलासारखी दिसनारी.
तीला गोड नाही चालत,
कडुच ती बोलणारी.
शब्दांनाही शब्दांच्या,
तराजुत तोलनारी....
शिव्या देताना मात्र,
भरभरुन देणारी.

तितक्याच आत्मियतेने,
सांभाळुनही घेणारी.
जिद्दि;चिढखोर;गर्विष्ट,
प्रेमळ मनमिळावु,
गुणांनी भरलेली..

सर्वगुणसंपन्न,
नाजुक, नीडर,लोभस....
प्रेम करावे आणि,
करताच मरावे....
अशी प्रियसी,
माझ्या जिवनात आली.......

माझ्या कल्पनेतल्या कविता,
अशाच बेचिराख झाल्या.
आणि वास्तवाचे भान आले..
गल्लिबोळातल्या रोड रोमीओच्या,
फिल्मी प्रेमकथा आणी माझी,
प्रेमकथेतील व्यथा मांडणारी.
माझी प्रेमकथा..

खुप फरक असतो प्रेमात,
आणी कल्पनेतल्या प्रेमात.
खरच.....
न टिक टिक झाली...
ना धडधड वाढली...
जेव्हा ती आयुष्यात आली.

9. मनातील लॉकडाऊन....

मनातील लॉकडाऊन....

बंद पडले काम धंदे आणि,
घरी अडकून पडली माणसं.
मुक्त वावरतात पशू पक्षी,
अंगणी बागडू लागली पाडसं.
क्षणात उतरली सत्तेची मस्ती,

लयास गेली अर्थ व्यवस्था.
देव बुडाले अहो धर्म बुडाले,
डॉक्टर पोलिस झाले आस्था.

मंगेश कांबळे

महामारी जरी घातक ठरली,
तरी ती घेऊन आलीय समता.
विलगी करणाच्या कक्षामध्ये,
माणूस शोधू लागलाय ममता.

दुरावलेली नाती जवळ आली,
एकमेकांच्या सुख दुःखासाठी.
रित्या घरासही घरपण आले,
पुन्हा जुळल्या नव्या रेशीमगाठी.

माणूस जपतोय माणुसकीला,
प्रेम बंधुभाव मना मनात ठेवून.
मनाचे मनाशी नाते जोडतोय,
हा प्रत्येक मनातील लॉक डाऊन.

10. ऑनलाइन प्रेम.

ती अशीच भेटली
अचानक.....
दोन अनोळखी
भेटावेत जसे,
अगदी तसीच.........

मंगेश कांबळे

चार दोन गोष्टि केल्या
नावा-गावाची
विचारपुस झाली.
आपण करतोच ना,
नेहमीच....तशी!!!!!!
मग शिक्षण
वय,वडिलांची माहिती
काय करतात?वगैरे
वगैरेची
देवाण घेवाण ही झाली,
अगदी औपचारिकपणे........

सगळं काही
विचारुन झालं
सगळं सुटसुटित
सांगुन झालं
अगदी भेटीतल्या
पहिल्या क्षणासारखं.........

आता अनोळखी,
ओळखीचे झाले
फोन केला

तूझ्या आठवणींत जगताना...

आणि
केले गेले
कित्येक संदेश
आले
आणि गेले.
विश्वासाचे नाते
ऋणानुबंध बनले
दोन निखळ, निष्पाप
निरागस मन
वेड्यावल्यागत
वेडावुन गेले...........

चार दिवसात,
कित्येक युगांचा
अंधकार मिठावा
आणि
जिवणात नवि प्रभा
ऊजवाळी
काहीसा असाच
अनुभव
आज येतोय.............

पण
प्रश्न आहे,
अशीच अचानक
झालेली अवचित भेट
जिवणाला नवि दिशा
देते का?
संगणकांच्या या युगामध्ये
ऑनलाइन प्रेम होते का..

11. तू....एकदा येऊन जा.

प्रिये....

तुझ्या आगमनाने फुललेला,
बाग माझ्या मनातील.
तुझ्या सुगंधात गंधलेला,
श्वास माझ्या तनातील.

तुझ्या प्रेमाचे अमृत,
माझे जीवनदाते ठरलेले.
तुझ्या प्रेमाचे गीत सारे,
माझ्या रक्त कणांत भरलेले.

प्रिये....

तुझ्या अस्तित्वात मी,
माझे अस्तित्व जपलेले.
तुझ्याविना माझे जीवन,
काळोखात झोपलेले.

या काळोखलेल्या जीवनात,
ज्योत प्रेमाची लावून जा.....
काळ विझवण्याआधी प्राणज्योत,
प्रिये तू एकदा येऊन जा....!

12. परतीचा प्रवास

जीवन येथे अंधारलेले,
अडखळणारा श्वास आहे.
कधी काय होईल याचा,
लागलेला ध्यास आहे.

प्रत्येक जण संशयित येथे,
येथे, प्रत्येकाला भास आहे.
मृत्यू झाला स्वस्त आता,
जगणे म्हणजे त्रास आहे.

दूर देशा गेलेले पिल्लं येतील,
ही घरास लागलेली आस आहे.
येथे ना उरले काही कोणाचे,

ना आता कश्याचा हव्यास आहे.

करावे घरटे जवळ आता.
कारण....
हा परतीचा प्रवास आहे.
हा परतीचा प्रवास आहे.

13. हा खेळ भावनांचा.....!

जसे क्षितिज मिळते धरतीला,
जशी नजर मिळते नजरेला.
हा आभास असला मिलनाचा,
ती प्रेरून जाते मनाच्या गरजेला.

सुप्त मन लहरी जाग्या होतात,
चालना भावनेला देऊन जातात.
भावनेचे कोमल रेशमी धागे,
प्रेमाचे जाळे गुंफत जातात.

या गुंफलेल्या जाळ्यात नकळत,
मन ही अडकत अडकत जाते.
सुरुवात होते प्रेमाची अन्......
मनास जडतात अनेक नाते.

कोमल नाजूक बंधनात गुरफटलेले,

मन प्रेमविलासात मग्न होते.
अकल्पित विहराचा क्षण येतो,
आणि मन मंदिर भग्न होते.

तेंव्हा अंत झालेला असतो,
मन मोहक जीवनाचा....
आणि संपलेला असतो हा खेळ !
खेळ भावनांचा........

14. निस्वार्थ प्रेम..

झाडांनी कैफियत मांडली,
मला कोवळी पानं येऊ नये.
कळीने याचना केली,
मी फुल होऊ नये.

पाकळ्यांनी व्यथा मांडली,
मी जमिनिवर गळु नये.
सुगंधानी त्रागा केला,
वारा मला वाहु नये.

पण का?

दुःख अनित्य आहे,
अंकुर पाने होतीलच,
कळीचे फुल होईलच,
पाकळ्या झडतिलच,
गंधास वारा वाहिलच,
दुःख अनित्य राहिलच,

तथागतांचे शब्द आहेत,
जन्मनारा मरणारच,

अस्तित्व सारे हरणारच,
जग परिवर्तनशील आहे,
निर्सग हे करणारच.....

शेवटी,

दुःख सत्य ठरणारच
म्हणुन ,
दुःखात सुख पहायचं
प्रवाहासोबत वहायचं
दुःखाचे कारण जाणायचं
कारणाचा नाश करायचं

म्हणून....आता..

झाडांनी ठरवायला हवं,
फुला फळांनी बहरायचं आहे.
नवे बिज बनायचं आहे

तुझ्या आठवणीत जगताना...

सुखद सावली द्यायचं आहे.

आता.....

झाडांनी ठरवलं आहे
मागेल त्याला फुलं द्यावी
मागेल त्याला फळं द्यावी
मागेल त्याला सावली द्यावी.
कोणी येईल बसेल सावलीत
आवडलं तर घेईल सुगंध
चाखेल फळांची मधुर चव
कोणी थोडं निर्दयी होऊन
काढेल साल पण औषधासाठी....

झाडांनी आपला धर्म पाळावा
आणि वाटावे निस्वार्थ प्रेम..

15. अंधार.

दिस मावळला मावळला,
सांज दिवे लख-लखाटलेले.
मनाच्या निखाऱ्यावर माझ्या,
अंधारे आभाळ फाटलेले...

ठिगळ जोडाया काढले,
आंग- सालटे लसलसलेले.
हाड- सुई नसांच्या दोऱ्या,
माझ्या रक्ताने पोसलेले.

हात सरसावले, आभाळ गावले,
छिद्र मास गोळ्याने शिवले.
टिकले ना तरीही मास गोळे,
मन - निखाऱ्यात भाजले ....

अंगात मनात आणि,
पोटात आग होती....
भोवती अंधार सारा,

तूझ्या आठवणींत जगताना...

आता प्रकाशाची लाज होती.

16. ही अशी का ?

माझी अस्तित्व चाहूल
लागल्या पासून,
माझ्या जन्मघटिकेपूर्व पर्यंत
माझ्या सुंदर रूपा विषयी
असंख्य स्वप्न रंगवत होती
माझी आई.......

गोरा रंग, टपोरे डोळे,
रेखीव चेहरा, कोरीव शरीर....
न जाणे असेच कितीतरी रूप
बिंबित होती ती तिच्या
दृष्टी पटलावर......

श्रावणाच्या सरिंसारखा
ओसंडत होता
तिच्या चेहऱ्यावरचा आनंद
पण माझ्या जन्मा नंतर

तूझ्या आठवणीत जगताना...

तो मला ओसरल्या सारखा वाटला.
तिच्या अपेक्षेप्रमाणे मी
तिच्या कल्पनेतील
ते रूप नसेल..
तिच्या वात्सल्यमयी नजरेत
प्रश्न होता ..
" ही अशी का ?

तिचं माझ्यावर खूप प्रेम होत
आहे,असेल
चिरंतन जगाच्या अंतापर्यंत

तिला जाण होती सौंदर्यमय जगात
कुरुपतेचे लेणं लेवून
जगणाऱ्या जीवांची.....

खरं सौंदर्य जरी मनाचे असले
तरी....
त्याच्या सौंदर्य स्पर्धेत चेहरा असतोच
प्रत्येक नजर शोधत असते
बाह्य सौंदर्य....

जीवन हेलावून टाकतात
बोचऱ्या,रक्तपिपासू नजरा
हिरमसून जात असतो
त्यांना वाटणारा
प्रत्येक कुरूप चेहरा

सुंदरतेचे नटलेल्या पृथ्वीवर
खडानखडा जरी
सुंदर असला......
तरी प्रतेक मनात एक
प्रश्न असतो...
" मी अशी का? "

17. "भावकी"

"भावकी"

या जगात कोण कोणाचा
काही असो नसो...
"सख्खा भाऊ पक्का वैरी"
नक्कीच असतो...
नातं रक्ताचे आहे हा गैरसमज आहे.
वडीलाची संपत्ती जास्त कशी
मिळवता येईल यासाठी,
पहिला शत्रू असतो तो "भाऊ"
त्यासाठी भावाचे तुकडे पाडले
तरी चालेल.

सासू सासऱ्या च्या मरणावर
गीधाडासारखी टपून असते" सून"
शेवटी पाणी तर मीच पाजनार आहे.
मग काही गाठोडे ठेऊन जा.....

बापाच्या नाही पण बापाच्या ही
बापाच्या संपत्तीवर गाड्या
घेऊन फिरतात ते...."नातवंडं".
याच्या बापाला किती पण मिळो.
काही मिळालेच नाही हे
ठणकावून सांगायचं काम याचे......

एवढे सगळे एकाच रक्ताचे
शत्रू एकत्र एकाच
घरात असतात.
म्हातारा कधी मरतो आणि त्याने
कुठे काही दडवून ठेवलेले
आपल्याला मिळेल.
या भोळ्या आशेवर......

18. असे मुळीच नाही.

असे मुळीच नाही..............

असे मुळीच नाही की आम्हास कोण नाही,
आमुचे कोणी आहे, बोलणे व्यर्थ आहे.

असे मुळीच नाही की आम्हास नाते नाही,
त्या नात्यांमध्ये आता, उरला स्वार्थ आहे.

असे मुळीच नाही की आमुचे मित्र नाही,
आम्ही मैत्रीमध्ये ही, जपला परमार्थ आहे.

असे मुळीच नाही की, काही काम नाही,
स्व-कष्टाने चालतो आमचा, चरितार्थ आहे.

असे मुळीच नाही की आम्ही कुठे भरकटतो,
आमुच्या जीवन रथाचे, आम्हीच पार्थ आहे.

असे मुळीच नाही की आम्ही एकटे पडलोय,
आम्हीच आमुचे सर्वकाही, एवढाच अर्थ आहे.

19. वाटणीपत्र

वाटणीपत्र.

प्रत्येक बाप त्याच्या मुलांसाठी जमेल ते करतो, पण
लहानपणी हवा असणारा बाप, वाटणीपत्रात नसतो.

दिवसभर उन्हामध्ये तो मुलांसाठी, राब राब राबतो, पण
लहानपणी हवा असणारा बाप, वाटणीपत्रात नसतो.

पाखरू बनून त्याचा पीलांसाठी, चारा गोळा करतो, पण
लहानपणी हवा असणारा बाप, वाटणीपत्रात नसतो.

चिमणी बनून तो सुद्धा, खोपा मुलांसाठी करतो,
पण
लहानपणी हवा असणारा बाप, वाटणीपत्रात
नसतो.

मुल कुठे ठेचाळू नये म्हणून, ठेचा तोच खातो,
पण
लहानपणी हवा असणारा बाप, वाटणीपत्रात
नसतो.

स्वतः अडाणी असला तरी तो, मुलं शाळेत नेतो,
पण
लहानपणी हवा असणारा बाप, वाटणीपत्रात
नसतो.

मुलं शिकतात मोठी होतात, तो म्हातारा होतो, पण
लहानपणी हवा असणारा बाप, वाटणीपत्रात
नसतो.

कमवणाऱ्या मुलांना आता बाप नको असतो, कारण
लहानपणी हवा असणारा बाप, वाटणीपत्रात
नसतो.

तुझ्या आठवणींत जगताना...

बाप मरतो कोपऱ्यात कुठे तरी, मुलगा व्यस्त असतो,
लहानपणी हवा असणारा बाप, वाटणीपत्रात नसतो.

सगळे कावळे जमावेत तसे, त्यांची मुलं जमा होतात,
त्याने कमावलेल्या पै पैशावर, मनसोक्त डल्ला मारतात.

तुळशीपत्राचे पाणी मुखी टाकण्यास वेळ नसतो, कारण
तुळशी पत्राचा उल्लेख यांच्या, वाटणीपत्रात नसतो.

20. शब्द...

शब्द...

अक्षरांना अक्षरात गुंफून येतो शब्दांना आकार ।
शब्दांना शब्दात मांडून होते रचना ही साकार ॥

कुठे ह्रस्व तरी कुठे दीर्घ होतो या शब्दांचा उकार ।
कुठे मांडतो सुखद भावना अन् कुठे दुखःद नकार ।

कधी विरहाचे गीत लिहूनी दितो भग्नमना आधार ।
कधी गुजगोष्टी प्रेमाच्या करूनी फुलवितो संसार ॥

शौर्यगाथा कधी सांगतो कधी घडवितो हाहाकार ।
कधी उद्धारक कधी संहारक असा हा किमयागार ॥

कधी टोचरा कधी बोचरा होतो हा शब्द दुहेरी धार ॥
कधी लाजरा हळवा होतो कधी लावतो प्रेमाची किनार ॥

थोरामोठ्यांसमोर विनम्र होऊनी व्यक्त करतो आभार ।
जिथे असेल सृजनशील मन तिथे भरतो शब्दांचा दरबार ॥

21. रात्र ...

रात्र ...

मावळला दिवस विसावले पक्षी घरट्यात ।
बंद पापण्याआड स्वप्नाची सुरुवात आहे ॥

मंद वारा वाहताना तेलदिवे तेवताना ।
चांदनी चंद्रासव मिलनगित गात आहे ॥

पौर्णिमेचा तो चंद्र रासलिलेत मग्न ।
प्रकाशात त्याच्या धरती न्हात आहे ॥

सरली त्रियाम रात चांदणी बिलगली चंद्रास ।
डोळ्यात त्याच्या तीचा वियोग पहात आहे ॥

उषःकाळी एक कवी कोऱ्या कागदावरी ।
शब्दात मांडतो या दोघांचे जज़्बात आहे ॥

क्षितिज झाले लाल जणू सोनेरी सकाळ ।
निद्रिस्त जगाला रात जागवित जात आहे ॥

22. गीत सप्त-सुरांचे ...

गीत सप्त-सुरांचे पडताच कानावरती ।
धुंदीत तुझे गीत कुजबुजू लागलो मी ॥

बरसल्या श्रावणसरी अंगणात माझ्या ।
थेंबा-थेंबांनी त्या चिंब भिजू लागलो मी ॥

गार हळुवार तुझा स्पर्श झाला मनाला ।
पेटले शरीर सारे अन् थिजू लागलो मी ॥

भेट तुझी माझी व्हावी दूर क्षितिजावरती ।
शहारले रोम-रोम आणि झिजू लागलो मी ॥

अकल्पनीय सुखाची ही कल्पना जरी आज ।
नव सृजनाच्या मातीमध्ये रुजू लागलो मी ॥

23. मंदिर बनायला हवं......!

मंदिर बनायला हवं......!

रोज नव्या "संकटांना", झेलतोय हा देश ।
या "संकटांशी लढणारं", मंदिर बनायला हवं ॥

रोज "उपाशी पोटी", झोपतोय हा देश ।
याची "भूक मिटवणारं", मंदिर बनायला हवं ॥

रोज शेकडो "बलात्कार", सहतोय हा देश ।
"बलात्कारी संपवणारं ", मंदिर बनायला हवं ॥

रोज "उपचाराविणा "जीव, सोडतोय हा देश ।
"योग्य उपचार देणारं", मंदिर बनायला हवं ॥

रोज " बेरोजगार "मरताना, बघतोय हा देश ।
सर्वांना "रोजगार" देणारं, मंदिर बनायला हवं ॥

रोज "धर्माच्या "नावाने संबोधला, जातोय हा देश ।
याला "भारत" संबोधनारं, मंदिर बनायला हवं ॥

रोज "अंधश्रध्देच्या" दलदलीत, फसतोय हा देश ।
"विज्ञानाची" कास धरणारं, मंदिर बनायला हवं ॥

24. अनेकदा.....!

अनेकदा.....!

असतो मी जिथे कधी, तिथे नसतो अनेकदा...
कधी गर्दीत लोकांच्या,एकांती बसतो अनेकदा ....

सत्य बोलते जीभ माझी, मी टोचतो अनेकदा ....
सलतो अनेक डोळ्यांना, मी बोचतो अनेकदा ....

सन्मित्र शोधतो शत्रूत, त्यावर भाळतो अनेकदा....
अर्थहीन वाद जाणुनी, विवाद टाळतो अनेकदा....

शब्द लिहितो मी कमीच, पण ते दु-धार अनेकदा....
म्हणुनी पाठीवरती झाले माझ्या,कैक वार अनेकदा....

जिथे शिकलो जिंकायला, तिथे हरलो अनेकदा....
हरलो तरी " रक्तबिज " होऊनी उरलो अनेकदा....

25. सावली............

सावली............

घरो घरी मातीच्या चुली
हा वाड-वडिलांचा बोल आहे.
प्रत्येक शब्दाला येथे,
सोन्याचे मोल आहे.
आज माझ्या घरी, उद्या तुझ्या घरी,
मोडली जाणार चूल आहे.
विभक्त होणारे फक्त घर नाही,
विभक्त आई पासून मुल आहे.

अरे बायकांच्या नंदी बैलांनो !
थोडी उतरवा तुमची झूल.
काही क्षणासाठी का होईना,
व्हा आई वडिलाचे मुल.
बघा त्यांच्या डोळ्यामध्ये
कुठे त्यांचा संसार आहे.

मंगेश कांबळे

थर थरत्या त्या हाडमासाला,
कोणाचा आधार आहे.

आयुष्याची जमापुंजी ते,
सरणावर तर नेणार नाहीत.
थोडा तरी धिर असू द्या,
ते तुम्हाला परके करणार नाहीत.
पिकलेले फळ आहे ते,
कधी तरी गळणारच आहे.
त्यांच्या घामाच्या कमाईचा रस,
तुम्हालाच मिळणार आहे.

घाई नको मरणाची त्यांच्या,
त्यांना प्रेमाचा आधार द्या.
"आई वडील हीच संपत्ती"
ती आपसात वाटून घ्या..!
मी खूप मोठा नाही पण,
थोडं माझेही वाचन आहे.
"आई वडिलांची सेवा श्रेष्ठ"
हे तथागताचे वचन आहे.

आई वडिलांची सेवा करा,
काहीच कमी पडणार नाही.
वेळेतच जागे व्हा बाबांनो !
पुन्हा "सावली" मिळणार नाही.

26. प्रिये तू एकदा येऊन जा.....

ओसाड वाळवंटासम प्रियकराला,
ओझरत्या नजरेने दर्शून जा...
थकलेल्या डोळ पापणी आडचे पाणी,
आठण्या आधी एकदा वर्षून जा...

खोडागत वाळलेल्या मनातील माझ्या,
गर्द हिरव्या आठवणी तू घेऊन जा...
जर्जरल्या भग्न मन मंदिरात माझ्या,
तुझी कोरीव मूर्ती ठेऊन जा....

मनाच्या वालुकामय किनाऱ्यावरील,
तुझ्या पाऊल खुणा तू मिठवित जा..
माझ्या अस्तित्वाची ओळख म्हणून,

तूझ्या आठवणींत जगताना...

तप्त वाळूत प्रेमाची बीज पेरीत जा....

जेंव्हा कधी माझ्या अस्तित्वाचा,
निसर्ग वाळवंटात बहरेल तेंव्हा..!
त्या निसर्ग सुगंधात गंधण्यासाठी,
प्रिये तू एकदा येऊन जा......

www.ingramcontent.com/pod-product-compliance
Lightning Source LLC
LaVergne TN
LVHW041540060526
838200LV00037B/1071
9781685541118